പൂർണ

2024

മലയത്ത് അപ്പുണ്ണി

തിയ്യാടത്ത് ശേഖരൻ നായരുടെയും മലയത്ത് പാപ്പിയമ്മയുടെയും മകനായി മലപ്പുറം ജില്ലയിലെ തെക്കൻ കുറ്റൂരിൽ (തിരൂർ താലൂക്ക്) 1943 ഓഗസ്റ്റ് 15ന് ജനിച്ചു. 2019ലെ കേന്ദ്ര സാഹിത്യ അക്കാദമിയുടെ ബാലസാഹിത്യപുരസ്കാരം, 2010ലെ കേരള സാഹിത്യ അക്കാദമിയുടെ സമഗ്രസംഭാവനാപുരസ്കാരം, 1997ലെ സംസ്ഥാന ബാലസാഹിത്യ ഇൻസ്റ്റിറ്റ്യൂട്ടിന്റെ കവിതയ്ക്കുള്ള അവാർഡ് *(തേൻതുള്ളികൾ)*, 2021ലെ സംസ്ഥാന ബാലസാഹിത്യ ഇൻസ്റ്റിറ്റ്യൂട്ടിന്റെ സമഗ്രസംഭാവനാ പുരസ്കാരം, 1998ലെ കേരള സാഹിത്യ അക്കാദമിയുടെ ബാലസാഹിത്യ കൃതിക്കുള്ള അവാർഡ് *(കമ്പിളിക്കുപ്പായം)*, 2000ലെ കവിയ്ക്കുള്ള മൂടാടി ദാമോദരൻ പുരസ്കാരം *(വരുംകാലം)*, 2009ലെ അറ്റ്ലസ്-കൈരളി ടിവി അവാർഡ് *(കാട്ടിലെ മുല്ല)*, 2010ലെ കവിതയ്ക്കുള്ള കൃഷ്ണഗീതി പുരസ്കാരം *(പച്ചിലയുടെ ചിരി)*, 2015ലെ കവിതയ്ക്കുള്ള ഭീമ ബാലസാഹിത്യ അവാർഡ് *(കാട്ടിലെ മുല്ല)*, 2015ലെ കവിതയ്ക്കുള്ള മഹാകവി ഉള്ളൂർ സ്മാരക പുരസ്കാരം *(ഉറുമ്പരിക്കുന്ന മരം)* തുടങ്ങിയവ ലഭിച്ചു. ഭാര്യ: അംബുജാക്ഷി. മക്കൾ: അപർണ, അനിൽ. വിലാസം: ഗോവിന്ദപുരം (പി.ഒ.), കോഴിക്കോട്- 673016. ഫോൺ: 9446438255.

മലയത്ത് അപ്പുണ്ണിയുടെ കൃതികൾ

കവിതാസമാഹാരങ്ങൾ: അറവുമാടുകൾ, പച്ചിലയുടെ ചിരി, വരുംകാലം, സമുദ്രം, തെക്കോട്ടുള്ള തീവണ്ടി, പുഴക്കരയിൽ, ഞാവൽപ്പഴങ്ങൾ, കാർത്തികനക്ഷത്രം, ഉറുമ്പരിക്കുന്ന മരം.

ബാലകവിതാസമാഹാരങ്ങൾ: 100 സ്കൂൾ കവിതകൾ, മഴ വരവായി, മുന്തിരിക്കുല, കലവറ, തേൻതുള്ളികൾ, തുമ്പികൾ, കാക്കകൾ, വെളിച്ചം, ഞണ്ടും വണ്ടും, അണ്ണാറക്കണ്ണൻ, പഞ്ചാരമിഠായി, കുഞ്ഞിക്കുട്ടനും കൂട്ടുകാരും, കാഴ്ചബംഗ്ലാവ്, നിറങ്ങൾ, പഞ്ചവർണക്കിളികൾ, ഓണപ്പാട്ടുകൾ, ദേശഭക്തിഗാനങ്ങൾ, അമ്പത് നഴ്സറിക്കവിതകൾ, തേൻവരിക്ക, കാട്ടിലെ മുല്ല, പാട്ടുപെട്ടി, കളിക്കൂട്ട്, നാടൻ കുട്ടിപ്പാട്ടുകൾ, ആലേ ആലേ അരയാലേ, ആകാശക്കുട, മലയത്ത് അപ്പുണ്ണിയുടെ 100 കുട്ടിക്കവിതകൾ, കരടിവക്കീൽ, മേഘക്കൊമ്പൻ, ഒരുകൂട്ടം കുട്ടിക്കവിതകൾ.

ബാലകഥാസമാഹാരങ്ങൾ: അലക്കുകാരന്റെ കഴുത, പൊന്മയും പാമ്പും, സിദ്ധൻകുരങ്ങൻ, കുഞ്ഞൻകുറുക്കനും കുട്ടൻകരടിയും, കമ്പിളിക്കുപ്പായം, കുറുക്കൻകഥകൾ, മുക്കുവനും മാന്ത്രികമത്സ്യവും, ആട്ടിടയൻ, മുല്ലക്കഥകൾ, ബീർബൽ കഥകൾ, പണിക്കർ നർമങ്ങൾ, വാസുവിന്റെ കഥ, ഗുണപാഠ കഥകൾ, മലയത്ത് അപ്പുണ്ണിയുടെ ബാലകഥകൾ.

വിവർത്തനകൃതികൾ: തമിഴ് സംഘകാലകവിതകൾ, കബീർമൊഴികൾ, വെള്ളക്കുതിര തുടങ്ങി 35 കൃതികൾ.

വ്യാഖ്യാനം: ഗീതഗോവിന്ദം, കുട്ടികളുടെ ഭഗവദ്ഗീത, നീതിസാരം, ഭർത്തൃഹരിയുടെ സുഭാഷിതങ്ങൾ, തുഞ്ചത്ത് എഴുത്തച്ഛന്റെ ഹരിനാമകീർത്തനം.

നോവൽ: തീവണ്ടിപ്പാത.

ജീവചരിത്രം: തുഞ്ചത്ത് എഴുത്തച്ഛൻ, കുഞ്ചൻനമ്പ്യാർ, മഹാകവി കുമാരനാശാൻ, മഹാകവി ഉള്ളൂർ, മഹാകവി വള്ളത്തോൾ, ചാച്ചാജിയുടെ കഥ, കുഞ്ഞുണ്ണി, തകഴി, ബഷീർ.

സമാഹരണം: മഹാകവികളുടെ ബാലകവിതകൾ, തേനൂറും നാടൻപാട്ടുകൾ, ചങ്ങമ്പുഴയുടെ ബാലകവിതകൾ, കുമാരനാശാന്റെ കുട്ടിക്കവിതകൾ, പ്രാചീന ബാലകവിതകൾ, വടക്കൻപാട്ടുകൾ, ശ്രീകൃഷ്ണഗീതങ്ങൾ, കുട്ടികൾക്ക് ചില കവിതകളും പാട്ടുകളും, 100 നാടൻപാട്ടുകൾ.

ആത്മകഥ: നാട്ടുവഴികൾ നരഗവീഥികൾ.

ബാലസാഹിത്യം

മലയത്ത് അപ്പുണ്ണി

ദേശഭക്തിഗാനങ്ങൾ

പൂർണ പബ്ലിക്കേഷൻസ്, കോഴിക്കോട്

കോഴിക്കോട് ▪ കല്പറ്റ ▪ തിരുവനന്തപുരം

Poorna
Publications

Desabakthiganangal
Children's Literature
Malayath Appunni

Malayalam
First Edition: April 2024

Cover Image: Madanan
Cover Design: Third Eye, Clt

Typesetting: Navadham, Clt
Printing: Redstar Offset Prints, Clt

ISBN: 978-81-300-2719-7
10443(3-2024)75.I.o.e

Published by:
POORNA PUBLICATIONS, KOZHIKODE
TBS Building, G.H. Road, Kozhikode-673001
Ph:0495-2720085, 2720086, 2721025

Branches: **Kalpetta** 04936-203842
Thiruvananthapuram 0471-2570504

e-mail:tbsbook@gmail.com
Online Bookstore: www.tbsbook.com

ദേശഭക്തിയുടെ തിളക്കം

‘സിന്ധു-ഗംഗാ സമതലഭൂവിൽ’ മുതൽ ‘ജനുവരി ഇരുപത്തിയാറ്’വരെയുള്ള അമ്പത്തിയാറ് ദേശഭക്തിഗാനങ്ങളുടെ സമാഹാരമാണിത്. കുട്ടികൾക്കും മുതിർന്നവർക്കുമായി നിരവധി സർഗ്ഗ രചനകൾ നടത്തിയ പ്രശസ്ത കവി ശ്രീ. മലയത്ത് അപ്പുണ്ണിയാണ് ഇവ രചിച്ചിരിക്കുന്നത്. ദേശീയ ഉത്സവങ്ങളും ആഘോഷങ്ങളും ദേശീയ പ്രാധാന്യമുള്ള നാളുകളും ദേശസേവനത്തിനായുള്ള ആഹ്വാനങ്ങളുമൊക്കെ ഇവയിലെ കവിതകൾക്ക് പ്രമേയമായിട്ടുണ്ട്. നമ്മുടെ തനതു ദേശങ്ങളും പ്രകൃതിഭംഗിയുമുണ്ട് ചിലതിൽ. ഗാന്ധിജിയെ ദേശസ്നേഹത്തിന്റെ പ്രതീകമായാണ് കവി അവതരിപ്പിക്കുന്നത്. പൂവും കുന്നും തോടും പറവകളും വള്ളത്തോളും റിപ്പബ്ലിക് ദിനവുമൊക്കെ ദേശസ്നേഹത്തെ പതിന്മടങ്ങ് പൊലിപ്പിക്കാമെന്ന് കവി തെളിയിക്കുന്നു.

ബഹുസ്വരതയും ജനാധിപത്യവുമാണ് ഭാരതത്തിന്റെ കാതൽ. ഇന്ത്യയെന്ന പൊതുബോധത്തെ നിലനിർത്തുമ്പോഴും ബഹുസ്വരതയെ അംഗീകരിക്കുന്ന ദേശഭക്തി ഗീതങ്ങളാണിവ. താജ്മഹലും കാശ്മീരുമൊക്കെ നമ്മുടെ സ്വത്വമുദ്രകളാവുന്നത് അങ്ങനെയാണ്. പുതുതലമുറയെ ദേശസ്നേഹത്തിന്റെ സാർത്ഥകമായ ആഴങ്ങളിലേക്കും പരപ്പുകളിലേക്കും കൈപിടിച്ചാനയിക്കുന്ന ഈ കൊച്ചു മനോഹര കവിതകൾ യാഥാർത്ഥ്യമാക്കിയ ശ്രീ. മലയത്ത് അപ്പുണ്ണിക്ക് നന്ദി!

– ഡോ. കെ. ശ്രീകുമാർ

ഉള്ളടക്കം

സിന്ധു ഗംഗാ സമതലഭൂവിൽ

സിന്ധു, ഗംഗാ സമതല ഭൂവിൽ
വംഗ, ദ്രാവിഡ, കല്പക വനിയിൽ
ചന്ദന സുരഭില ഗന്ധം തൂകും
തങ്കമലരേ നീ വിരിയൂ
വസന്തമേ, വസന്തമേ
വസന്തമേ നീ വന്നണയൂ.
(സിന്ധു, ഗംഗാ...)

ബ്രഹ്മപുത്രയും കാവേരിയാറും
നർമ്മദയും പേരാറും പമ്പയും
പെൺകൊടിമാർ, അവർ സോദരിമാർ
മൺകുടവും കൊണ്ടോടി നടപ്പൂ
ഭാരതത്തിൻ മലർവനിയിൽ
(സിന്ധു, ഗംഗാ...)

പാറിയണഞ്ഞീടാവൂ വിശ്വം
കാർവണ്ടായ് നിൻ പൂന്തേൻ നുകരാൻ.
പൂമ്പൊടിയാലേ യുലകിൻ മേനിയിൽ
ചാർത്തൂ നീ നിൻ പട്ടാട
പ്രേമസുരഭിയാം കസവാട
(സിന്ധു, ഗംഗാ...)

ഇന്ത്യാ മഹാരാജ്യം

എന്തിലും മീതേ, ഏതിലും മീതേ
ഇന്ത്യാ, ഇന്ത്യാ, ഇന്ത്യാ!
ഇന്ത്യ നമുക്കു സ്വന്തം - ഇവിടെ
എന്തൊരു സ്വാതന്ത്ര്യം!
(എന്തിലും മീതേ....)

ജനലക്ഷങ്ങൾ പാർക്കും നാടിതു
പുണ്യപുരാതന ഭാരതം
ഏറെ യുഗങ്ങളിലൂടേ മാനവർ
നേടിയൊരറിവിൻ കേദാരം.
(എന്തിലും മീതേ...)

കൊടികൾ പലതുണ്ടെന്നാലൊരു കൊടി,
അതു നമ്മുടെ മൂവർണ്ണക്കൊടി
മൊഴികൾ പലതുണ്ടെന്നാലൊരു മൊഴി,
അതു നമ്മുടെ സ്നേഹത്തിൻ മൊഴി.
(എന്തിലും മീതേ...)

രാജസ്ഥാനിലെ മയിലുകളേ

രാജസ്ഥാനിലെ മയിലുകളേ
മാമലനാട്ടിലെ കുയിലുകളേ
ആടുക നിങ്ങൾ, പാടുക നിങ്ങൾ
ആകാശം നിങ്ങൾക്കൊന്ന്.
(രാജസ്ഥാനിലെ...)

നാനാജാതിമതസ്ഥർ വാഴും
ഭാരതമൊരു തേൻമലർവാടി
സത്യസമത്വ സമാധാനത്തിൻ
പതാക പാറും പൂവാടി
(രാജസ്ഥാനിലെ...)

ബാവുൽ ഗീതികൾ, ഓണപ്പാട്ടുകൾ
കുച്ചിപ്പുടി, കഥകളിയാട്ടം
ആടുക, പാടുക പറവകളേ
ഈ നാടൊരു പൂന്തോട്ടം.
(രാജസ്ഥാനിലെ...)

ആഗസ്റ്റ് 15

സ്വാതന്ത്ര്യദിനപ്പുലരിയിതാ
മൂവർണ്ണക്കൊടി പാറട്ടെ
ആഗസ്റ്റിൻ കതിരൊളിയിൽ
നാടിൻ പതാക പാറട്ടെ.
(സ്വാതന്ത്ര്യദിനപ്പുലരിയിതാ...)

കാറ്റും കടലും വയലേലകളും
ആനന്ദം കൊള്ളുകയായ്
കാടും മേടും പൂന്തോപ്പുകളും
പൂക്കൾ ചൊരിയുകയായ്
(സ്വാതന്ത്ര്യദിനപ്പുലരിയിതാ...)

സ്വാതന്ത്ര്യദിനപ്പുലരിയിതാ,
ഓർക്കുക, നമുക്കു സ്വാതന്ത്ര്യം
നേടിത്തന്നൊരു ധീരൻമാരെ,
വീരരക്തസാക്ഷികളെ.
(സ്വാതന്ത്ര്യദിനപ്പുലരിയിതാ...)

മഹാത്മാഗാന്ധി

മഹാത്മജിയെ കണ്ടിട്ടില്ലാ
ഞങ്ങളിലാരും, എന്നാലും
മനസ്സിനുള്ളിൽ കുടിപാർക്കുന്നു-
ണ്ടദ്ദേഹത്തിൻ പൊൻരൂപം!
(മഹാത്മജിയെ...)

മുട്ടുമറഞ്ഞീടാത്തൊരു മുണ്ടും
മൂക്കിനു മീതേ കണ്ണടയും
ഖദറു പുതച്ചൊരു വടിയും കുത്തി
ചിരിച്ചു നില്പൂ ഗാന്ധിജി!
(മഹാത്മജിയെ...)

സത്യാന്വേഷകനായദ്ദേഹം
കർമ്മപഥത്തിലിറങ്ങി
ജനകോടികൾതൻ ഹൃദയനഭസ്സിൽ
കതിരവനായി വിളങ്ങി!
(മഹാത്മജിയെ...)

ഒരു ശബ്ദം

കോടി കോടി ജനങ്ങൾക്ക്
ഒരുശബ്ദം - ഉറച്ച ശബ്ദം
നാനാജാതി മതസ്ഥർക്ക്
തലചായ്ക്കാൻ ഈ രാജ്യം.
(കോടി കോടി...)

കാതോർക്കുന്നൂ ലോകമാകെ
ഈ നാടിൻ വചനങ്ങൾ
നന്മകൾ നട്ടുവളർത്തീടുന്നൂ,
അതാണതാണിന്ത്യ.
(കോടി കോടി...)

വളയാത്തൊരു നട്ടെല്ലുണ്ട്
കുനിയാത്തൊരു ശീർഷമുണ്ട്
പതറാതെ, കാലിടറാതെ
അതാണതാണിന്ത്യ.
(കോടി കോടി...)

കേരളം

കേരം വിളയും നാട്
കേരളനാട്, മലനാട്
കഥകളിയുടെ നാട്, തുള്ളൽ-
ക്കവിതകളാടിയ നാട്.
(കേരം...)

മലകൾ, പുഴകൾ, താഴ്വരകൾ
മഹനീയം ഈ നാട്
മലർവിരിയും നാട്, നെൽ-
വയലുകളുടെ നാട്.
(കേരം...)

'ഒരു ജാതി, ഒരു മതം'
ഗുരു പാടിയ നാട്, ഇത്
ദൈവത്തിന്റെ നാട്.
കേരളനാട്, മലനാട്.
(കേരം...)

സ്നേഹം

മതമെന്തായാലും
മനുജാ നിന്നിൽ
നിറഞ്ഞു തുളുമ്പട്ടേ
പരസ്പര സ്നേഹം.
(മതമെന്തായാലും...)

കണ്ടിട്ടില്ലേ കിളികൾ
തമ്മിലെന്തൊരു കൂട്ട്
ഉറുമ്പുകൾക്ക് എന്തൊരൈക്യം
അരിച്ചരിച്ചുപോകുന്നേരം.
(മതമെന്തായാലും...)

തിന്നാൻ കണ്ടാൽ ഉടനെ നായ്ക്കൾ
തമ്മിൽ കടിപിടി കൂടീടും
വിളിച്ചു വരുത്തും ഉറക്കെ കാക്കകൾ
സഹജീവികളെയന്നേരം.
(മതമെന്തായാലും...)

താജ്മഹൽ

താജ്മഹൽ, താജ്മഹൽ
എന്റെ നാടിൻ അഭിമാനം.
ഷാജഹാൻ തീർത്തൊരു മന്ദിരം, ഇത്
വെണ്ണക്കല്ലിൻ കൊട്ടാരം.
(താജ്മഹൽ...)

ആരെയും, ആരെയും ആകർഷിക്കും
അത്ഭുതമാണീ മാളിക.
പ്രണയിനിയാളുടെയോർമ്മയ്ക്കായി
പണിതുയർത്തിയ സ്മാരകം.
(താജ്മഹൽ...)

സ്വപ്നങ്ങളുറങ്ങും മേട, ഇത്
സ്വർഗ്ഗശീതളമേട.
കണ്ണഞ്ചിക്കും സൗന്ദര്യം, ഇത്
ഇന്ത്യയുടെ സൗരഭ്യം.
(താജ്മഹൽ...)

ബീഹാറിലെ ആനകൾ

ബീഹാറിലെ കാടുകളിൽ
മേഞ്ഞുനടപ്പൂ കരിവീരന്മാർ.
തുമ്പി ചുഴറ്റി കുമ്പ കുലുക്കി,
കണ്ടോ കറുകറുമ്പനാനകൾ!
(ബീഹാറിലെ...)

കാട്ടുപോത്തുകൾ, കടുവകൾ, പുലികൾ
ആസ്സാമിലെ കാടുകളിൽ!
പുലികൾ, കരടികൾ, ആനകൾ - കാണാം
മൈസൂർക്കാടുകളിൽ!
(ബീഹാറിലെ...)

രാജസ്ഥാനിലെ മരുഭൂമികളിൽ
കഴുത്തുനീട്ടും ഒട്ടകങ്ങൾ!
ചെമ്മരിയാടുകൾ, കസ്തൂരിമാനുകൾ
ഹിമഗിരിതാഴ്‌വരയിൽ!
(ബീഹാറിലെ...)

ആകാശം ഒന്ന്

ഗംഗാ യമുനാ ബ്രഹ്മപുത്രാ
പേരാർ പെരിയാർ കാവേരി
നദികൾ, നദികൾ
നാടിൻ ജീവനാഡികൾ.
(ഗംഗാ...)

ഗംഗാനദിയിൽ, പേരാറിൽ
ഒഴുകും ജലമൊരുപോലെ.
ആറ്റിൻകരയിലെ മൺതരിയും
കാററും വെട്ടവുമൊരുപോലെ.
(ഗംഗാ...)

സൂര്യനും ചന്ദ്രനുമൊന്നാണ്
മഴയും വെയിലും ഒന്നാണ്
ഇന്ത്യയെന്ന മഹാരാജ്യത്തിന്
ഒന്നാണൊന്നാണാകാശം.
(ഗംഗാ...)

നമ്മൾ പിറന്ന മണ്ണ്

മണ്ണിനെ മുത്തുക നമ്മൾ - ഈ
മണ്ണിനെ മുത്തുക നമ്മൾ.
നമ്മൾ പിറന്ന മണ്ണ്- ഇത്
നമ്മുടെ ഭാരതമണ്ണ്.
(മണ്ണിനെ...)

വടക്കു കാവൽ മലനിരകൾ,
തെക്കു കിഴക്കു പടിഞ്ഞാറ്
തിരകൾ, തിരകൾ
രാപ്പകൽ കണ്ണുകൾ പൂട്ടാതെ.
(മണ്ണിനെ...)

നമ്മുടെ വിയർപ്പുതുള്ളികൾ വീണു
കുതിർന്നതാണീ മണ്ണ്.
ഈ മണ്ണ്, ഭാരതമണ്ണ്
ഇതു നമ്മുടെ സമ്പത്ത്.
(മണ്ണിനെ...)

കന്യാകുമാരി മുതൽ

കന്യാകുമാരി മുതൽ
കാശ്മീർ വരെ
പരന്നു കിടക്കും ഇന്ത്യ,
ഒരേയൊരിന്ത്യാ.
(കന്യാകുമാരി...)

കാളിദാസന്റെ കവിതകളിന്നും
കാളിന്ദീനദി പാടുന്നു
പേരാറുംപെരിയാറും
മാവേലിപ്പാട്ടുകൾ പാടുന്നു.
(കന്യാകുമാരി...)

തിരുവള്ളുവരുടെ മൊഴികൾ
പാടുന്നു കാവേരിയോളങ്ങൾ
'സാരേ ജഹാംസെ അച്ഛാ
കാറ്റു പാടി നടക്കുന്നു.
(കന്യാകുമാരി...)

മലയാളം

മലയാളം, മലയാളം
മധുരം മധുരം മലയാളം.

ഉൺമ പരത്തും സൗന്ദര്യം
ഉള്ളിൽ നിറയും സൗരഭ്യം
നെഞ്ചിൽ തുള്ളും താളം
നെല്ലു മണക്കും മലയാളം.

അലിവു പകരും മലയാളം
അഴകു കിനിയും മലയാളം
നമ്മൾക്കമ്മ മലയാളം
നമ്മുടെ ഭാഷ മലയാളം.

നമ്മുടെ രാജ്യം

പല ഭാഷകൾ, പല വേഷങ്ങൾ
പല ജാതി മതക്കാർ
ഇന്ത്യായെന്ന മഹാരാജ്യത്തിൻ
സന്തതികൾ നമ്മൾ.
(പല ഭാഷകൾ...)

തലയുയർത്തി നിൽക്കും മലകൾ
അലിവു പകരും നദികൾ
സത്യസമത്വസമാധാനത്തിൻ
സന്ദേശമരുളും രാജ്യമിത്.
(പല ഭാഷകൾ...)

ഭക്ഷണരീതികൾ പലത്
പക്ഷേ, മനസ്സുകളൊന്ന്
ജനാധിപത്യം പുലരും രാജ്യം
ഉലകം വാഴ്ത്തും രാജ്യം!
(പല ഭാഷകൾ...)

പല നാട്ടിൽനിന്നും വന്നവർ

ആപ്പിൾപ്പഴമേ, ആപ്പിൾപ്പഴമേ
എങ്ങുനിന്നു വന്നൂ നീ?
കശ്മീരിലെ മഞ്ഞു മൂടിയ
മലയിറങ്ങി വന്നൂ ഞാൻ.
(ആപ്പിൾപ്പഴമേ...)

ശംഖുമാലേ, ശംഖുമാലേ
വന്നതെവിടുന്നീ കടയിൽ?
കന്യാകുമാരിക്കടൽക്കരയിൽ-
നിന്നും വന്നൂ ഞാനിവിടെ.
(ആപ്പിൾപ്പഴമേ...)

ഓറഞ്ചേ, ഓറഞ്ചേ
ഏതു നാട്ടിൽ പിറന്നു നീ?
നാഗപ്പൂരിലെ തോട്ടത്തിൽ
ജനിച്ചു വളർന്നതാണേ ഞാൻ.
(ആപ്പിൾപ്പഴമേ...)

മൂവർണ്ണക്കൊടികൾ

ഇനിയുമിനിയും ഉയരട്ടെ
ഭാരതനാടിൻ കൊടികൾ
ഉയർന്നുയർന്നു പാറട്ടെ
മൂന്നുവർണ്ണക്കൊടികൾ.
(ഇനിയുമിനിയും...)

ഭാരതമണ്ണിൽ പിറന്ന സത്യം
ഉലകം കാണട്ടേ
ഈ നാടിൻ ഉറച്ച ശബ്ദം
ഉലകം കേൾക്കട്ടേ
(ഇനിയുമിനിയും...)

മുകിലുകളേ വഴിമാറുക
അതിരുകളേ മാറിനിൽക്കുക
ജനാധിപത്യമുയർത്തും കൊടികൾ
ഉയർന്നുയർന്നു പാറട്ടേ.
(ഇനിയുമിനിയും...)

റിപ്പബ്ലിക് ദിനം

കിളികളേ പാടുവിൻ
ദേശഭക്തിഗാനങ്ങൾ
ജനുവരിയിരുപത്താറിൻ
പുണ്യം വാഴ്ത്തിപ്പാടുവിൻ.
(കിളികളേ...)

എത്രകാലം ഇന്ത്യാരാജ്യം
സഹിച്ചൂ പാരതന്ത്ര്യം
അടിമച്ചങ്ങല പൊട്ടിച്ചെറിഞ്ഞു
കൈവരിച്ചൂ സ്വാതന്ത്ര്യം
(കിളികളേ...)

കുട്ടികളേ പാടുവിൻ
ദേശഭക്തിഗാനങ്ങൾ
മനോഹരം ഈ ഭാരതമണ്ണിൻ
മഹിമ വാഴ്ത്തിപ്പാടുവിൻ.
(കിളികളേ...)

മഹാകവികൾ

ടാഗോർ, ഇഖ്ബാൽ,
ബങ്കിംചന്ദ്ര ചാറ്റർജി,
സുബ്രഹ്മണ്യ ഭാരതി,
ആശാൻ, വള്ളത്തോൾ.

അവർ പാടീ സ്വാതന്ത്ര്യത്തിൻ
സമരഗാഥകൾ
അവരുടെ ഭാവന തന്നൂ
അത്ഭുത രത്നങ്ങൾ.

ആ കവിതകൾ
ജനമനസ്സുകളിൽ
ഒരു നാളും വറ്റാത്തോ-
രുറവകളായ് തഴുകുന്നൂ.

പൂങ്കാറ്റേ

മലയിറങ്ങി പുഴകടന്നു
വന്ന പൂങ്കാറ്റേ
നീ കണ്ട കാഴ്ചകൾ പറയൂ
നീലമണിക്കാറ്റേ.
(മലയിറങ്ങി...)

ഹിമഗിരിയുടെ മഹിമ കണ്ടു
യമുനാനദിയുടെ തെളിമ കണ്ടൂ
ആദിശങ്കരൻ ചൊല്ലിയ മന്ത്രം
അദ്വൈതമന്ത്രം കേട്ടു.
(മലയിറങ്ങി...)

തെലുങ്കാനാവയലു കണ്ടു
തമിഴകത്തു ജമന്തി കണ്ടു
തിരുവള്ളുവരുടെ മൊഴികൾ
മനസ്സിൽ മധുരം തീർത്തു.
(മലയിറങ്ങി...)

ജാഥ

ബാന്റു കൊട്ടി വരുന്നതു കണ്ടോ
കുട്ടിപ്പട്ടാളം.
കൊടി പിടിച്ചു വരുന്നതു കണ്ടോ
കുട്ടിപ്പട്ടാളം.
(ബാന്റുകൊട്ടി...)

റോട്ടിൽക്കൂടി വരുന്നതു കണ്ടോ
കുട്ടികളുടെ കൂട്ടം
സ്കൂൾകുട്ടികളാണവർ കൂടെ
അദ്ധ്യാപകരും ഉണ്ടേ.
(ബാന്റുകൊട്ടി...)

റിപ്പബ്ലിക്ദിനമിന്നല്ലേ?
കുട്ടികൾക്കിന്നാഘോഷം
മൂവർണ്ണക്കൊടി പാറീടുന്നതു
കണ്ടോ കൊടിമരമുകളിൽ.
(ബാന്റുകൊട്ടി...)

നാളത്തെ പൂവുകളേ

സ്വതന്ത്രഭാരതമലർവാടിയിലെ
പുതുപൂമൊട്ടുകളേ
കാണാനെന്തൊരു ചന്തം നിങ്ങളെ
നാളത്തെ പൂവുകളേ.
(സ്വതന്ത്ര...)

കിളികൾ മരത്തിൽ പാടാനെത്തും
ഈറൻമുകിലുകൾ പെയ്യും.
ആലോലം കാറ്റു വരും
ആഹ്ലാദം കോരിച്ചൊരിയും.
(സ്വതന്ത്ര...)

അഴലുകളൊക്കെ മറക്കൂ
അന്യനു പൂമണമരുളൂ
കൊഴിഞ്ഞുവീഴുംവരെയും നിങ്ങൾ
അഴകായ് തൊടിയിൽ വിലസൂ.
(സ്വതന്ത്ര...)

ഗാന്ധിയപ്പൂപ്പൻ

ഉണ്ടായിരുന്നു ഞങ്ങൾക്ക്
പണ്ടൊരപ്പൂപ്പൻ
പല്ലില്ലാത്തൊരപ്പൂപ്പൻ
ഗാന്ധിയപ്പൂപ്പൻ.
(ഉണ്ടായിരുന്നു...)

അഹിംസകൊണ്ടദ്ദേഹം നേടി-
ത്തന്നു നാടിനു സ്വാതന്ത്ര്യം
സത്യത്തിന്റെ വഴിക്കദ്ദേഹം
സഞ്ചരിച്ചു നിശ്ശബ്ദം.
(ഉണ്ടായിരുന്നു...)

മരിച്ചു പോയെന്നാലും ഞങ്ങടെ
മനസ്സിലുണ്ടദ്ദേഹം.
വടിയും കുത്തി ചിരിച്ചുകൊണ്ടാ
ഗാന്ധിയപ്പൂപ്പൻ.
(ഉണ്ടായിരുന്നു...)

വരൂ വസന്തമേ

വരൂ, വരൂ, വസന്തമേ
വർണ്ണപ്പൂക്കളുമായ് വരൂ
ഭാരതമേദിനി നിന്നെ വിളിപ്പൂ
വന്നണയൂ വസന്തമേ.
(വരൂ, വരൂ...)

തെലുങ്കാനാനെൽവയലുകൾ
കതിരണിയുകയായ്.
ഗംഗാനദി പൗർണ്ണമിയിൽ
ഒരു പാൽക്കടലായ് മാറി.
(വരൂ, വരൂ...)

മുത്തുകളായ് മണി-
മുത്തുകളായ്
കത്തും വെയിലിൽ
പൂങ്കുളിരായ്
വരൂ വരൂ വസന്തമേ
വർണ്ണപ്പൂക്കളുമായ് വരൂ.
(വരൂ, വരൂ...)

കുട്ടികളുടെ പാട്ട്

അച്ഛനമ്മമാരേ തരൂ
ഞങ്ങൾക്കും സ്വാതന്ത്ര്യം.
ആഗസ്റ്റു പതിനഞ്ചിതാ,
തരൂ സ്വാതന്ത്ര്യം.
(അച്ഛനമ്മമാരേ...)

കുട്ടികളാം ഞങ്ങളെയെന്തി-
നിട്ടു തടവറയിൽ?
വേണം സ്വാതന്ത്ര്യം, ഞങ്ങൾക്കും
വേണം സ്വാതന്ത്ര്യം.
(അച്ഛനമ്മമാരേ...)

കാറ്റിനുണ്ടോ, കിളികൾക്കുണ്ടോ
കാലിൽ ചങ്ങലകൾ?
ഇത്തിരിനേരം കളിച്ചു നടക്കാൻ
തരൂ സ്വാതന്ത്ര്യം.
(അച്ഛനമ്മമാരേ...)

കമനീയം ഈ രാജ്യം

വന്ദനം, വന്ദനം
മാതൃഭൂമിക്കു വന്ദനം
ഇന്ത്യ നമ്മുടെ കർമ്മഭൂമി
ഇതു നമ്മുടെ പുണ്യഭൂമി.
(വന്ദനം...)

എത്ര സുന്ദരം ഇന്ത്യാരാജ്യം
എത്ര സുഖകരം ഈ രാജ്യം
സസ്യശ്യാമളം കോമളം
പുഷ്പസുഗന്ധപൂരിതം.
(വന്ദനം...)

കതിരണിയും പാടങ്ങൾ
കുളിരായൊഴുകും നദികൾ
കരിമ്പു പൂക്കും തോട്ടങ്ങൾ
കമനീയം ഈ മഹാരാജ്യം.
(വന്ദനം...)

കാവേരിയാറ്റിലെ

കാവേരിയാറ്റിലെയോളത്തിൽ
നീന്തിവരും ചന്ദ്രികേ
മാനവരുടെ ഹൃദയം കവരും
രാവിനെന്തൊരു ലാളിത്യം.
(കാവേരിയാറ്റിലെ...)

ദീപാവലിയുടെ തിരിവിളക്കുകൾ
തെളിയും ദിവസങ്ങൾ.
പൊങ്കൽമേളമുയരും ഊരുകൾ,
റോജാപ്പൂവിൻ ഗന്ധങ്ങൾ.
(കാവേരിയാറ്റിലെ...)

തേനൂറും തായ്മൊഴിയുടെ
താളം, തുടിതാളം കേൾപ്പൂ.
മണികിലുക്കി കാളവണ്ടികൾ
ഉരുളും നാട്ടുവഴികൾ!
(കാവേരിയാറ്റിലെ...)

സ്വാതന്ത്ര്യം

അരിമുല്ലപ്പൂവുകൾ നീളേ
വിരിഞ്ഞു നിൽപൂ തോട്ടത്തിൽ
കാറ്റുണ്ട്, വെളിച്ചമുണ്ട്
പൂക്കൾക്കുമുണ്ടേ സ്വാതന്ത്ര്യം!
(അരിമുല്ലപ്പൂവുകൾ...)

മനസ്സു തുറന്നു ചിരിക്കുന്നൂ
മധുരം ഇതളിലൊരുക്കുന്നൂ
പാറുന്നൂ വണ്ടുകൾ ചാരെ
സ്വാതന്ത്ര്യത്തോടേ!
(അരിമുല്ലപ്പൂവുകൾ...)

കിളികൾക്കുണ്ട് സ്വാതന്ത്ര്യം,
ശലഭങ്ങൾക്കും സ്വാതന്ത്ര്യം
കാക്കുക നാടിതു നേടിയെടുത്തൊരു
സ്വാതന്ത്ര്യം നമ്മൾ.
(അരിമുല്ലപ്പൂവുകൾ...)

ഹരിതവനങ്ങൾ

ഹരിതവനങ്ങൾ കുടചൂടും
ഹിമാലയത്തിൻ താഴ്‌വരകൾ...
ഇവിടെ പൂക്കും പൂവുകൾക്കെ-
ന്തസുലഭ സൗരഭ്യം.
(ഹരിതവനങ്ങൾ...)

യമുനാനദിയിലെയോളങ്ങൾ
പതിവായ് പാടും ഗാനങ്ങൾ...
അതിന്റെയനുപമ താളലയങ്ങൾ-
ക്കെന്തൊരു മാധുര്യം.
(ഹരിതവനങ്ങൾ...)

കാടുകൾ, മേടുകൾ, പാടങ്ങൾ
പച്ചപിടിച്ചൊരു ഗ്രാമങ്ങൾ
ഇവിടത്തെ പ്രകൃതിക്കെ-
ന്തപാര സൗന്ദര്യം.
(ഹരിതവനങ്ങൾ...)

വിരിയൂ വർണ്ണമലരുകളായ്

നവചേതനയുടെ പുലരികളേ
കവിഭാവനയുടെ കതിരുകളേ
ഹരിതവനങ്ങളിൽ, വയലോരങ്ങളിൽ
വിരിയൂ വർണ്ണമലരുകളായ്.
(നവചേതനയുടെ...)

മലകടന്നു വരും പൂങ്കാറ്റിനു
മനസ്സിൽ നിറയെ മോഹം.
കാൽചിലങ്കകൾ കെട്ടിയാടും
കാട്ടുചെടികൾക്കാഹ്ലാദം.
(നവചേതനയുടെ...)

പല നിറങ്ങൾ പതിഞ്ഞൊരു മഞ്ഞിൻ
കണമായ് സൂര്യവെളിച്ചം.
അതിന്റെ പൊലിമയിൽ, അതിന്റെ തനിമയിൽ
ഒരു പുതുലോകം തെളിയട്ടേ.
(നവചേതനയുടെ...)

ഉത്സവങ്ങൾ

ഓണം, ഹോളി, ക്രിസ്തുമസ്സ്
ഈദുൽഫിത്തർ, ദീപാവലി
ആടുക നാം, പാടുക നാം
ആനന്ദത്തിൽ ആറാടി.
(ഓണം...)

മുറ്റത്തു പൂക്കളമിട്ടു
കൊണ്ടാടുന്നൂ തിരുവോണം.
വർണ്ണം വാരിവിതച്ചു നമ്മൾ
ഹോളിയുത്സവമാടുന്നു.
(ഓണം...)

മരുഭൂമിയിലെ മഴപോലെ
മനസ്സിൽ ഈദുൽ ഫിത്തർ.
ക്രിസ്തുമസ്സും ദീപാവലിയും
തിരിവെളിച്ചം വിതറുന്നു.
(ഓണം...)

ദേശാടനക്കിളി

ദേശാടനക്കിളിയേ പറയൂ
നീ കണ്ട കാഴ്ചകൾ പറയൂ.
ഏതെല്ലാം നാടുകൾ കണ്ടു
എന്തൊക്കെ കേട്ടു പഠിച്ചു?
(ദേശാടനക്കിളിയേ...)

പല നാടുകൾ കണ്ടു
പല ഭാഷകൾ കേട്ടു
ഒരേയൊരിന്ത്യ ഒരൊറ്റ ജനത
അതു ഞാൻ കണ്ടറിഞ്ഞു.
(ദേശാടനക്കിളിയേ...)

നാനാത്വത്തിൽ ഏകത്വം
അതാണതാണിന്ത്യാ.
പല മലരുകൾകൊണ്ടു കോർത്തൊരു
വർണ്ണപ്പൂമാല്യം!
(ദേശാടനക്കിളിയേ...)

അഹിംസ

അഹിംസാ, അഹിംസാ
അതാണു ഭാരതവാക്യം
നാടിൻ മുദ്രാവാക്യം.
(അഹിംസാ...)

ചോരപ്പുഴകളൊഴുകാതെ
നേടീ സ്വാതന്ത്ര്യം.
സ്വാതന്ത്ര്യപ്പുലരിയുദിച്ചു
ചോരയിൽ മുങ്ങിക്കുതിരാതെ.
(അഹിംസാ...)

കുട്ടികളേ തലയുയർത്തുക
പർവ്വതനിരകൾ പോലെ.
ആലപിക്കൂ നാടിൻ ഗീതികൾ
കടൽത്തിരകൾ പോലെ.
(അഹിംസാ...)

മഹാകവി വള്ളത്തോൾ

"ഭാരതമെന്നപേർ കോട്ടാലഭിമാന-
പൂരിതമാകണമന്തരംഗം
കേരളമെന്നു കേട്ടാലോ തിളയ്ക്കണെ
ചോര നമുക്കു ഞരമ്പുകളിൽ"

പാടി മഹാകവി വള്ളത്തോൾ
നാടിൻ മോചനഗീതങ്ങൾ
ജനലക്ഷങ്ങളതേറ്റു പാടി
രണാങ്കണത്തിലിറങ്ങി.
(പാടി മഹാകവി...)

അതിന്റെ മാസ്മരലഹരിയിൽ മുങ്ങി
അണിയായ് നീങ്ങീ ജനലക്ഷം
ആവേശത്തിരകളിൽ മുങ്ങി
ആർത്തലച്ചൂ ജനലക്ഷം.
(പാടി മഹാകവി...)

തലയുയർത്തി മുൻനിരയിൽ
മലയാളത്തിൻ കവിവര്യൻ
ആ നറുമലരുകൾ, കവിതകളിന്നും
കാലം കൊണ്ടുനടക്കുന്നു.
(പാടി മഹാകവി...)

ഭൂമിയും ആകാശവും

ഭൂലോകം ഒന്നാണ്
ഒന്നാണൊന്നാണൊന്നാണ്
ആകാശം ഒന്നാണ്
ഒന്നാണൊന്നാണൊന്നാണ്.
(ഭൂലോകം...)

മനുഷ്യനെന്തിന് അതിരു തീർത്തു
പരസ്പരം പോരാടുന്നു?
സൂര്യനുണ്ടോ വർണ്ണഭേദം
കാറ്റിനുണ്ടോ ജാതിഭേദം?
(ഭൂലോകം...)

ഊരുചുറ്റും പറവകൾക്ക്
ഏതുനാടും തന്റേത്.
മഴയ്ക്കുണ്ടോ വർഗ്ഗഭേദം,
വെയിലിനുണ്ടോ മതഭേദം?
(ഭൂലോകം...)

വൈരം അരുത്

അരുതേ, അരുതേ വൈരം,
വരുത്തുക ഇവിടെ സ്വൈരം.
ഗീത, ഖുർആൻ, ബൈബിൾ
സന്ദേശങ്ങൾക്കൊരേ സ്വരം.
(അരുതേ, അരുതേ...)

മൺമറഞ്ഞ മഹാത്മാക്കളുടെ
മഹിമകളുൾക്കൊള്ളുക നാം
അവരുടെ വാക്കുകൾ കടഞ്ഞു കടഞ്ഞു
അമൃതെടുക്കുക നമ്മൾ.
(അരുതേ, അരുതേ...)

കൊണ്ടുവന്നിട്ടില്ലൊന്നും നാം
കൊണ്ടുപോവില്ലൊന്നും,
ഇത്തിരികാലം ഭൂമിയിൽ, പിന്നെ
ശത്രുത എന്തിനു തമ്മിൽ?
(അരുതേ, അരുതേ...)

നമ്മളൊന്ന്

മെയ്യും മെയ്യുമുരുമ്മി
മനസ്സും മനസ്സും ചേർന്ന്
ഒന്നായ് പോവുക നമ്മൾ
മുന്നോട്ട്, മുന്നോട്ട്, മുന്നോട്ട്.
(മെയ്യും...)

കയ്യിൽ കത്തും പന്തവുമായി
ഇരുളിനെ വകഞ്ഞുമാറ്റിക്കൊണ്ട്
പതറാതെ, തളരാതെ
മുന്നോട്ട്, മുന്നോട്ട്, മുന്നോട്ട്.
(മെയ്യും...)

ഞാനും നീയും ഒന്ന്
നാമെല്ലാരും ഒന്ന്
നമുക്ക് ലക്ഷ്യം ഒന്ന്
മുന്നോട്ട്, മുന്നോട്ട്, മുന്നോട്ട്.
(മെയ്യും...)

ഭാരതശിൽപികളേ

ഭാരതശിൽപികളേ, ആഹാ
നാടിൻ നാമ്പുകളേ
നിങ്ങളെ മാടി വിളിക്കുന്നു
നാളെ, നല്ലൊരു നാളെ.
(ഭാരതശിൽപികളേ...)

കരുത്താരാവുക നിങ്ങൾ,
ഒരുക്കി വെയ്ക്കുക നെഞ്ചിൽ
നിറയെ കനിവിൻ മധുരം,
കനക സ്വപ്നങ്ങൾ.
(ഭാരതശിൽപികളേ...)

കൈവെടിയരുതേ സത്യം
നെഞ്ചിനകത്തെ വെട്ടം
തെളിച്ചമരുളട്ടേപാരിൽ
ഉന്മേഷം പകരട്ടെ.
(ഭാരതശിൽപികളേ...)

ജയ ജയ ഭാരതം

"അറബിക്കടലിൻ തിരമാലകളേ
പാടുവതെന്താണ്?"
"ഭാരതമണ്ണിന്നപദാനങ്ങൾ
പാടുകയാണേ ഞങ്ങൾ."
(അറബിക്കടലിൻ...)

"കിഴക്കു ബംഗാളുൾക്കടലേ
പാടുവതെന്താണ്?"
"ജയ ജയ ഭാരതമെന്നാണ്
ഉറക്കെയുറക്കെ പാടുന്നു."
(അറബിക്കടലിൻ...)

"എല്ലാ ദിക്കിലുമെത്തും കാറ്റേ
ചൊല്ലി നടക്കുവതെന്താണ്?"
"ഇന്ത്യ,യെന്ന മഹാരാജ്യത്തിൻ
മഹിമകൾ പാടിക്കൊണ്ടാണേ."
(അറബിക്കടലിൻ...)

ഒന്നിച്ചു നിന്നാൽ

ഒരു തുള്ളി - പലതുള്ളി
പെരുമഴയായിത്തീരുന്നു
പല നീർച്ചാലുകളൊന്നിച്ചാൽ
വലിയൊരു പുഴയായ് മാറുന്നു.
(ഒരു തുള്ളി...)

ഒന്നായ് ചേർന്നാൽ പുഴപോലെ
നീങ്ങാം നമുക്കു കരുത്തോടെ
ഒറ്റപ്പെട്ടു നിന്നാലോ
വറ്റും തുള്ളിവെള്ളം പോൽ.
(ഒരു തുള്ളി...)

ഒരു ചുള്ളിക്കമ്പു വളച്ചു
പൊട്ടിക്കാം വേഗത്തിൽ.
പല കമ്പുകൾ ചേർത്തു വെച്ചാൽ
പൊട്ടിക്കാനാവില്ലല്ലോ.
(ഒരു തുള്ളി...)

ബോംബെ

ബോംബെ, ബോംബെ
ഇന്ത്യാരാജ്യകവാടം
മുമ്പു കച്ചവടത്തിനു വന്നവർ
കൈയടക്കി രാജ്യം.
(ബോംബെ...)

നൂറ്റാണ്ടുകളായിന്ത്യഭരിച്ചു
വെള്ളപ്പട്ടാളം
അവരെയകറ്റാൻ നമ്മുടെ പൂർവ്വിക-
രണിനിരന്നൂ സമരത്തിൽ.
(ബോംബെ...)

ഗാന്ധിജി, ഗോഖലെ, വല്ലഭായി-
പട്ടേൽ, പണ്ഡിറ്റ് നെഹ്റു
സമരഭൂവിലിറങ്ങിയൊടുവിൽ
കൈവരിച്ചു സ്വാതന്ത്ര്യം.
(ബോംബെ...)

നൂറുമേനി വിളയട്ടെ

പൊന്നുവിളയും മണ്ണ്
നമ്മുടെ നാടിൻ മണ്ണ്
വിയർപ്പൊഴുക്കി വിത്തുവിതച്ചു
വിളവെടുക്കുക നമ്മൾ
(പൊന്നുവിളയും...)

നൂറുമേനി വിളയട്ടെ
നൂതനഭാരതമുയരട്ടെ
പട്ടിണി ഇല്ലാതാവട്ടെ
സമൃദ്ധി നാടിതു നേടട്ടെ.
(പൊന്നുവിളയും...)

അലസതയരുതേ, യരുതേ
കർമ്മോത്സുകരായ് തീരുക നമ്മൾ
ഇവിടെയുയർത്തുക, ഇവിടെയുയർത്തുക
നവമൊരു ഭാരതഹർമ്മ്യം.
(പൊന്നുവിളയും...)

ഉണ്ടോ മറ്റൊരു രാജ്യം

നൂറു നൂറു സൂര്യന്മാർ
വെളിച്ചമരുളിയ നാടേ
ഭാരതമേ, നിന്നെപ്പോലെ
ഉണ്ടോ മറ്റൊരു രാജ്യം?
(നൂറു നൂറു...)

അറിവുതേടിയിറങ്ങീ പണ്ടൊരു
രാജകുമാരനിവിടെ.
ഗയയിലാലിൻ ചോട്ടിലിരുന്നു,
ബോധോദയമുണ്ടായി.
(നൂറു നൂറു...)

രാമകൃഷ്ണപരമഹംസർ
സ്വാമി വിവേകാനന്ദൻ
വാല്മീകി, വ്യാസൻ, കാളിദാസൻ
ഭാരതഭൂവിൻ രത്നങ്ങൾ.
(നൂറു നൂറു...)

കശ്മീർ

ഡാൽതടാകം കണ്ടു ഞങ്ങൾ
പാൽക്കടലായി മനമപ്പോൾ
വെള്ളത്തിൽ പാർക്കാൻ വീടുകൾ-
വള്ളങ്ങൾ- എന്തു സുഖം!
(ഡാൽതടാകം...)

മഞ്ഞുമൂടിയ മലനിരകൾ
തഴച്ചു നിൽക്കും തരുനിരകൾ
പച്ചപിടിച്ചു നിൽപൂ താഴ്‌വര
മനോഹരം ഈ കാശ്മീരം.
(ഡാൽതടാകം...)

നാനാവർണ്ണപ്പൂവുകൾ തൊടികളിൽ
ആഹാ, കണ്ണിനു കുളിരാണേ.
കാഴ്ചകൾ കണ്ടു രസിക്കാം, ഇവിടം
സഞ്ചാരികളുടെ പറുദീസ!
(ഡാൽതടാകം...)

നാമൊന്നിച്ചാൽ

പലപല തുള്ളികളൊന്നിച്ചാലതു
വലിയൊരു കടലായ്ത്തീരും
പലപല മൺതരിയൊന്നിച്ചാലതു
വലിയൊരു മലയായ്ത്തീരും.
(പലപല...)

ചെറുചെറു നാരുകളൊന്നിച്ചാലതു
പെരിയൊരു കയറായ്ത്തീരും
ചെറുചെറു മാത്രകളൊന്നിച്ചാലതു
പെരിയൊരു യുഗമായ് മാറും.
(പലപല...)

അതുപോലുലകിൽ നാമൊന്നിച്ചാൽ
അതുല്യബലമായ്ത്തീരും
തോല്പിച്ചീടാനാവില്ലാർക്കും
കരുത്തു നേടും നമ്മുടെ രാജ്യം.
(പലപല...)

വേദവ്യാസൻ പിറന്ന നാട്

വേദവ്യാസൻ പിറന്ന നാട്,
വാല്മീകി പാടിയ നാട്,
കാളമേഘത്തിൽ കവിതചാർത്തിയ
കാളിദാസൻ പിറന്ന നാട്!
(വേദവ്യാസൻ...)

ദേവതാരു പൂത്ത വനങ്ങൾ
പുഷ്യരാഗം വിളയും വനികൾ
കസ്തൂരിമാനുകൾ, സിന്ദൂരപുഷ്പങ്ങൾ,
കർപ്പൂരമൊരുക്കുന്ന മലകൾ!
(വേദവ്യാസൻ...)

മയിലാടും നാട്, മരതകനാട്
മണിവേണുവൂതിയ നാട്
ഗീതാഞ്ജലിയാലുലകിലാകെ
കുളിരു തൂകിയ നാട്!
(വേദവ്യാസൻ...)

ഭാരതഭൂവിൻ വാനിൽ

ഭാരതഭൂവിൻ വാനിലുദിച്ചൊരു
സൂര്യതേജസ്സേ
അടിമത്വത്തിൽ കഴിയും ജനത-
യ്ക്കരുളീ പുതുവെട്ടം
നേടിത്തന്നൂ സ്വാതന്ത്ര്യം.
(ഭാരതഭൂവിൻ...)

സത്യത്തിന്റെ പാതയിലൂടെ
സഞ്ചരിച്ച മഹാത്മാവേ
അണിനിരന്നൂ ഭാരതമക്കൾ
അനുയായികളായ് പിന്നിൽ!
(ഭാരതഭൂവിൻ...)

ആയുധം കൈയിലെടുക്കാതെ
അടരാടിയ യോദ്ധാവേ
അവിടന്നുജ്വല കാന്തിപരത്തി
അനശ്വരനായി ലോകത്തിൽ!
(ഭാരതഭൂവിൻ...)

അഹിംസാ പരമോധർമ്മം

അഹിംസാ പരമോ ധർമ്മം
ഇതാണു നമ്മുടെ വാക്യം
ആർഷഭാരത സൂക്തം
അഭിനവമാനവ സ്തോത്രം.
(അഹിംസാ...)

ഒരു നവവിപ്ലവമിവിടെ ജയിച്ചു
ചോരപ്പുഴകളൊഴുക്കാതെ
ഒരു പുതുപുലരിയിവിടെയുദിച്ചു
ചോരയിലാകെക്കുതിരാതെ.
(അഹിംസാ...)

ഇനിയും ഇനിയും മുന്നേറും നാം
ഇതിഹാസങ്ങൾ തീർക്കും
സ്വതന്ത്രഭാരത രഥ്യയിലാകെ
പുതുപുതു പൂവുകൾ വിരിയും!
(അഹിംസാ...)

അകലെ,യകലെ

അകലെ,യകലെ,യകലെ
ഹിമഗിരിതാഴ്‌വരയിൽ
ഗംഗാനദിയിലെയോളങ്ങൾ ഒരു
സംഘഗാനം പാടുന്നൂ.
(അകലെ...)

വിന്ധ്യനിൽ സഹ്യനിലതിന്റെ മാറ്റൊലി
ദുന്ദുഭിനാദമുണർത്തുന്നു
തുംഗഭദ്രയും കാവേരിയാറും
സംഗീതലഹരിയിൽ ഒഴുകുന്നു.
(അകലെ...)

കാശ്മീർവനങ്ങളിൽ കന്യാകുമാരിയിൽ
കേൾപ്പൂ ഞങ്ങളുമാ ഗാനം
ഞങ്ങടെ ജീവനിൽ ഓരോ നേരവും
തിരതല്ലുന്നുണ്ടാ ഗാനം.
(അകലെ...)

പാറുക പാറുക

പാറുക, പാറുക, നീലനഭസ്സിൽ
സ്വാതന്ത്ര്യത്തിൻ പറവകളേ,
വെൺപ്രാവുകളേ
സത്യസമത്വ സമാധാനത്തിൻ
സന്ദേശവാഹകരേ.
(പാറുക...)

'മാനിഷാദ' പാടിയ നാടിൻ
ഗാഥകളേറ്റു പാടുക നിങ്ങൾ
വേദോപനിഷത് സൂക്തക്കതിരുകൾ
കൊത്തിയെടുത്തു പറക്കുക നിങ്ങൾ.
(പാറുക...)

ആർഷഭാരതം പാരിലുണർത്തിയ
അഹിംസാസിദ്ധാന്തങ്ങളുമായ്
നക്ഷത്രയുദ്ധത്താവളം തീർക്കും
വിണ്ണിലേക്കു പറക്കുക നിങ്ങൾ!
(പാറുക...)

മതം മനുഷ്യമനസ്സണിയുന്നൊരു

മതം മനുഷ്യമനസ്സണിയുന്നൊരു
വിശ്വാസത്തിൻ കുപ്പായം
കുപ്പായത്തിന്നുള്ളിലിരിക്കും
മനുഷ്യരെല്ലാമൊന്ന്!
(മതം...)

ആദിശങ്കരൻ പിറന്ന നാട്ടിൽ
അദ്വൈതസൂനം വിടർന്ന മണ്ണിൽ
നബിയും യേശുവുമരുളിയതൊന്ന്
ഋഷികൾ ചൊല്ലിത്തന്നതുമൊന്ന്.
(മതം...)

മാനവഹൃദയസരോവരത്തിൽ
വിരിയട്ടേ ചെന്താമരകൾ
നമ്മളിലൂറീടാവൂ നിത്യം
സ്നേഹത്തിൻ പൂമധുരം!
(മതം...)

ഒന്നേയാകാശം

പല ഭാഷകൾ പല വേഷങ്ങൾ
ഒന്നാ, ണൊന്നാണിന്ത്യക്കാർ
ഹിമഗിരിതൊട്ട്
കന്യാകുമാരി വരെ.
ഇന്ത്യ,യെന്ന മഹാരാജ്യത്തിന്
ഒന്നേയാകാശം.

(പല ഭാഷകൾ...)

ആകാശക്കുടയുടെ കീഴിൽ
എത്രയെത്ര ജന്മങ്ങൾ...
ഇവിടം ഒരു പുണ്യഭൂമി,
അറിവിൻ കേദാരം.

(പല ഭാഷകൾ...)

നിളയിൽ പുളയും മീനുകളല്ലോ
പുളയുന്നതു യമുനയിലും.
കാവേരിയാറ്റിൻ കരയിൽ കുമിയും
തെളിമണലല്ലോ ഗംഗാതീരത്തും!

(പല ഭാഷകൾ...)

പുതുവർഷപ്പുലരി

പുതുവർഷപ്പുലരിയണഞ്ഞൂ
മരംകോച്ചും കുളിരുമായി
മഴവില്ലുകളാകാശത്തിൽ
പൂത്തിരികൾ കത്തിക്കുന്നൂ.
(പുതുവർഷ...)

കൊന്നമരക്കാട്ടിൽ നിന്നോ
മഞ്ഞക്കിളികൾ പാടുന്നൂ?
പാലമരച്ചോട്ടിൽ നിന്നോ
പൂങ്കാറ്റു കടന്നു വരുന്നൂ?
(പുതുവർഷ...)

ജനുവരിതൻ കുളിരിൽ മുങ്ങി
ജനകോടികളാഹ്ലാദിപ്പൂ
മനതാരിൽ മോഹശതങ്ങൾ
മധുരം കോരി നിറയ്ക്കുന്നൂ.
(പുതുവർഷ...)

ജനുവരിമാസപ്പുലരികളേ

ജനുവരിമാസപ്പുലരികളേ
മഞ്ഞിൽ കുളിച്ച പുലരികളേ
ജനകോടികളിൽ ആവേശത്തിൻ
തിലകം ചാർത്താൻ വന്നവരേ.
(ജനുവരിമാസ...)

വിന്ധ്യാഹിമാചല സിന്ധു തടങ്ങളിൽ
ബന്ധുരകാന്തി പരക്കുന്നൂ
ഗംഗയാറും പേരാർ പെരിയാർ
മംഗളഗാനം പാടുന്നൂ.
(ജനുവരിമാസ...)

ഭാരതമേദിനി പോറ്റി വളർത്തും
സന്തതികൾ ഞങ്ങൾ...
ഞങ്ങടെ ഹൃദയതലങ്ങളിലെന്നും
വർണ്ണപ്പൊലിമകൾ വിരിയട്ടെ.
(ജനുവരിമാസ...)

പറവകളോട്

വിരുന്നു വരുമോ വിരുന്നു വരുമോ
കുരുന്നു പറവകളേ
ചിഞ്ചില ചിൽ ചിൽ ചിഞ്ചില ചിൽ ചിൽ
കൊഞ്ചും ചെറുപറവകളേ.
(വിരുന്നു വരുമോ...)

കൊന്നവനം പൂവണിഞ്ഞു ഓഹോ പൂവണിഞ്ഞു
കുന്നലനാട് കുളിരണിഞ്ഞൂ- ആഹാ കുളിരണിഞ്ഞൂ
കുന്നികളും മരുതുകളും
പൊന്നുടയാടകൾ ചാർത്തി- ചാർത്തി.
(വിരുന്നു വരുമോ...)

ഹിമഗിരിതൻ താഴ്വരയിൽ- ഓഹോ താഴ്വരയിൽ
യമുനാനദിയുടെ മറുകരയിൽ- ആഹാ മറുകരയിൽ
കതിർമണി കൊത്തി നടന്നവരേ
കനകക്കിങ്ങിണിയുണ്ടോ? ഉണ്ടോ?
(വിരുന്നു വരുമോ...)

ജനുവരി ഇരുപത്തിയാറ്

ജനമനസ്സുകളിൽ ഇതാ വന്നു
ജനുവരി ഇരുപത്താറ്
അനുഭവിക്കുക സ്വാതന്ത്ര്യത്തിൻ
അനന്ത സൗഭാഗ്യം -നമ്മൾ
അനുദിനമാനന്ദം.
(ജനമനസ്സുകളിൽ...)

ഇരുട്ടുമുറികൾ തുറന്നു വന്നു
പുലരിക്കതിരൊളികൾ
ഹിമകണങ്ങൾ വാരിത്തൂവി
മലരുകൾ പുഞ്ചിരി തൂകുന്നു.
(ജനമനസ്സുകളിൽ...)

ഉയർന്നുയർന്നു ഭാരതനാടിൻ
മൂവർണ്ണക്കൊടി പാറട്ടെ
ഉയർച്ചകളിനിയും നേടാൻ ഉള്ളിൽ
ആവേശക്കൊടി പാറട്ടെ!
(ജനമനസ്സുകളിൽ...)